AF284860

Impressum
Verlag: BABADADA GmbH, Nedderfeld 112 , 22529 Hamburg
Geschäftsführer / Verlagsleitung: Harald Hof
Druck: Books on Demand GmbH, In de Tarpen 42, 22848 Norderstedt

Imprint
Publisher: BABADADA GmbH, Nedderfeld 112 , 22529 Hamburg, Germany
Managing Director / Publishing direction: Harald Hof
Print: Books on Demand GmbH, In de Tarpen 42, 22848 Norderstedt

shule
โรงเรียน

kugawanya
หาร

186/2

ubao
กระดาน

sajili
ห้องเรียน

eneo la shule
สนามโรงเรียน

mwalimu
ครู

karatasi
กระดาษ

kuandika
เขียน

kalamu
ปากกา

dawati
โต๊ะทำงาน

rula
ไม้บรรทัด

kitabu
หนังสือ

mwanafunzi
นักเรียน

mkoba

กระเป๋าหนังสือ

kikasha cha penseli

กล่องดินสอ

penseli

ดินสอ

kichonga penseli

กบเหลาดินสอ

mpira

ยางลบ

pedi ya kuchora

สมุดวาดภาพ

uchoraji

ภาพวาด

brashi ya rangi

พู่กัน

sanduku la rangi

กล่องสี

mkasi

กรรไกร

gundi

กาว

daftari

สมุดแบบฝึกหัด

kazi ya nyumbani

การบ้าน

nambari

ตัวเลข

jumlisha

บวก

ondoa

ลบ

zidisha

คูณ

kokotoa

คำนวณ

barua

ตัวอักษร

alfabeti

อักษรพยัญชนะ

neno

คำ

maandishi

ข้อความ

kusoma

อ่าน

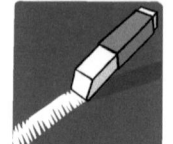

chaki

ชอล์ก

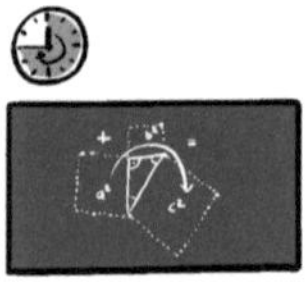

somo

บทเรียน

sajili

ลงทะเบียน

uchunguzi

การสอบ

cheti

ใบรับรอง

sare za shule

ชุดนักเรียน

elimu

การศึกษา

elezo

สารานุกรม

chuo kikuu

มหาวิทยาลัย

darubini

กล้องจุลทรรศน์

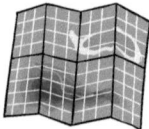

ramani

แผนที่

kikapu cha kuweka karatasi chafu

ตะกร้าใส่เศษกระดาษที่ไม่ใช้แล้ว

usafiri
การท่องเที่ยว

hoteli
โรงแรม
Grand
hosteli
โฮสเทล
ROOMS
EXCHANGE
ofisi ya ubadilishanaji
สำนักงานแลกเปลี่ยนเงินตรา
sanduku
กระเป๋าเดินทาง
gari
รถยนต์

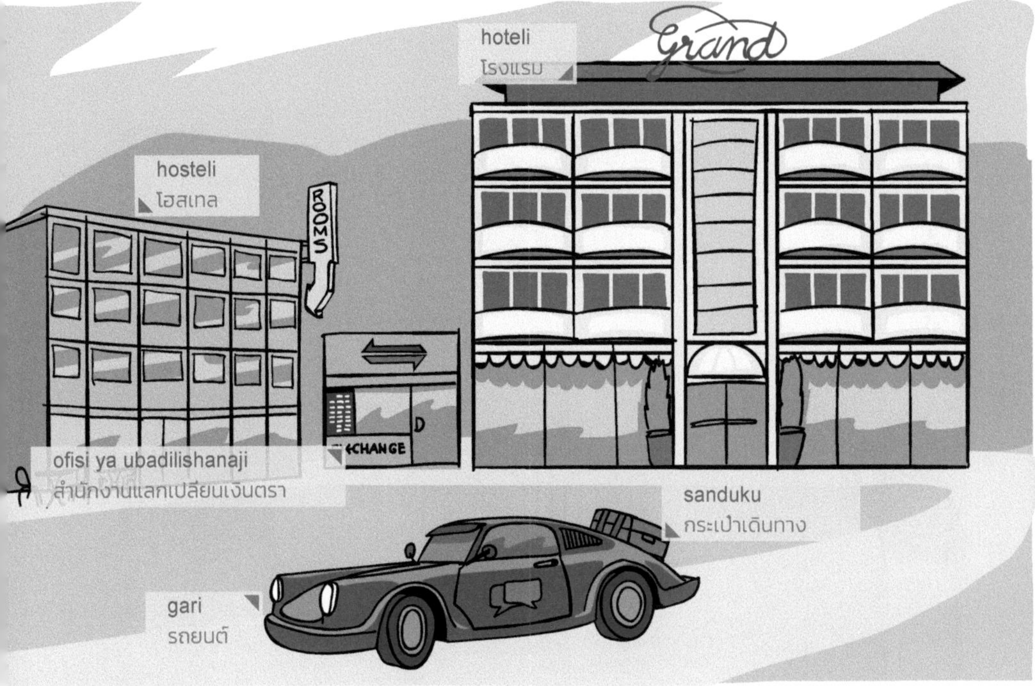

lugha

ภาษา

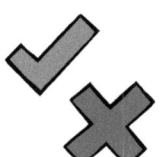

ndiyo / la

ใช่/ไม่ใช่

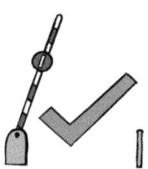

sawa

ตกลง

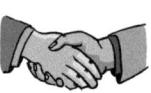

hujambo

สวัสดี

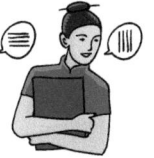

mtafsiri

นักแปล

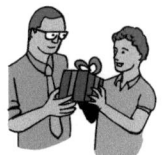

Asante

ขอบคุณ

kiasi gani ni ...?

ราคาเท่าไหร่...?

Sielewi

ฉันไม่เข้าใจ

tatizo

ปัญหา

Jioni njema!

สวัสดีตอนเย็น

Habari za asubuhi!

สวัสดีตอนเช้า

Usiku mwema!

ราตรีสวัสดิ์

kwa heri

แล้วพบกันใหม่

mwelekeo

ทิศทาง

mizigo

กระเป๋าเดินทาง

mfuko

กระเป๋า

shanta

กระเป๋าสะพายหลัง

mgeni

แขก

chumba

ห้อง

begi la kulalia

ถุงนอน

hema

เต้นท์

taarifa ya utalii
ข้อมูลนักท่องเที่ยว

ufuo
ชายหาด

kadi
บัตรเครดิต

kifunguakinywa
มื้อเช้า

chakula cha mchana
มื้อกลางวัน

chakula cha jioni
มื้อเย็น

tiketi
ตั๋ว

kuinua
ลิฟต์

muhuri
แสตมป์

mpaka
พรมแดน

mila
ภาษีศุลกากร

ubalozi
สถานทูต

visa
วีซ่า

pasipoti
พาสปอร์ต

usafiri
ขนส่ง

meli
เรือใหญ่
injini ya moto
รถดับเพลิง
lori
รถบรรทุก
basi
รถโดยสารประ
motaboti
เรือยนต์
baiskeli
จักรยาน/จักรยานยนต์
gari
รถยนต์

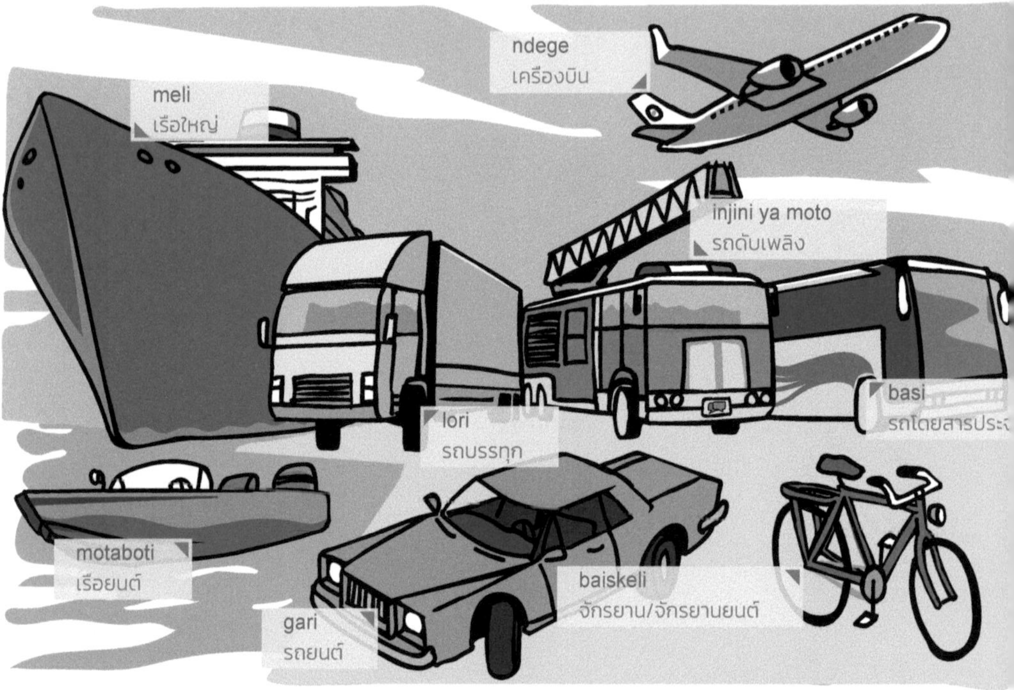

feri

เรือข้ามฟาก

mashua

เรือ

pikipiki

รถจักรยานยนต์

gari la polisi

รถตำรวจ

gari la mashindano

รถแข่ง

gari la kukodisha

รถเช่า

kushiriki gari

การแบ่งกันใช้รถยนต์

lori la kuvuta

รถลาก

ukusanyaji taka

รถขยะ

motor

เครื่องยนต์

mafuta

เชื้อเพลิง

kituo cha mafuta

ปั้มน้ำมัน

ishara trafiki

เครื่องหมายจราจร

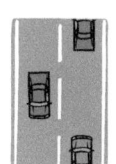

trafiki

การจราจร

msongamano

การจราจรติดขัด

maegesho

ที่จอดรถ

kituo cha treni

สถานีรถไฟ

reli

รางรถไฟ

garimoshi

รถไฟ

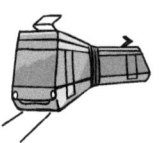

tremu

รถราง

gari la mizigo

ตู้รถไฟ

helikopta

เฮลิคอปเตอร์

uwanja wa ndege

สนามบิน

mnara

หอคอย

abiria

ผู้โดยสาร

chombo

ตู้บรรจุสินค้า

katoni

กล่องกระดาษ

mkokoteni

รถเข็น/รถลาก

kikapu

ตะกร้า

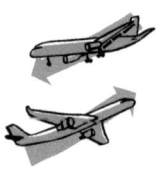

ondoka

บินขึ้น/ ลงจอด

jiji

เมือง

kijiji

หมู่บ้าน

katikati ya jiji

ใจกลางเมือง

nyumba

บ้าน

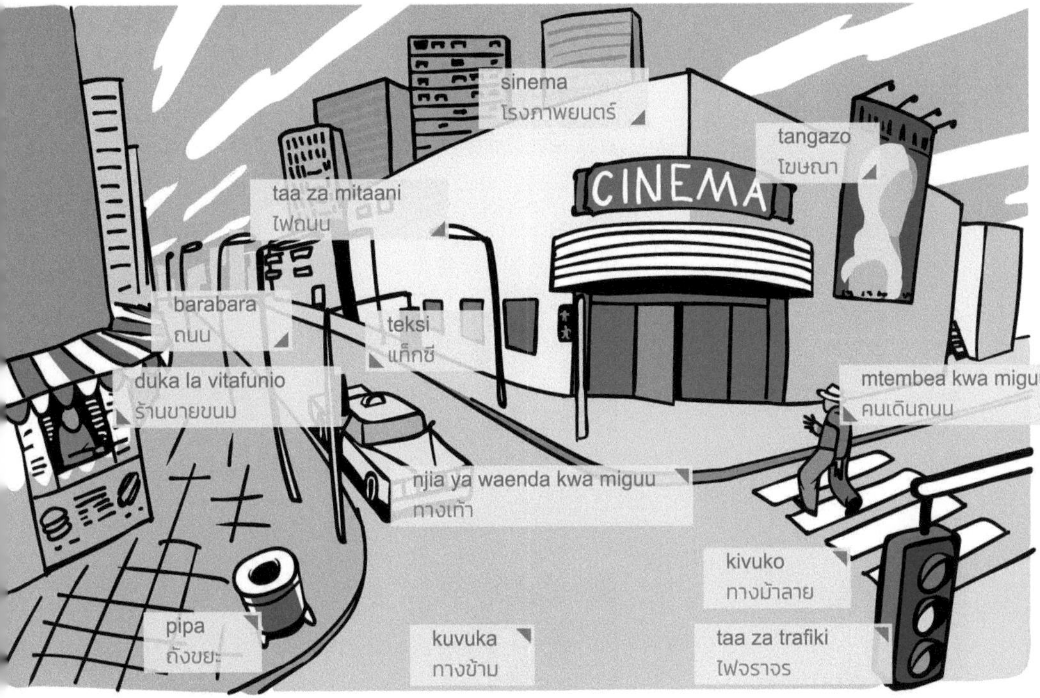

sinema
โรงภาพยนตร์

tangazo
โฆษณา

taa za mitaani
ไฟถนน

CINEMA

barabara
ถนน

teksi
แท็กซี่

duka la vitafunio
ร้านขายขนม

mtembea kwa miguu
คนเดินถนน

njia ya waenda kwa miguu
ทางเท้า

kivuko
ทางม้าลาย

pipa
ถังขยะ

kuvuka
ทางข้าม

taa za trafiki
ไฟจราจร

kibanda

กระท่อม

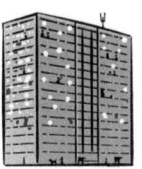

gorofa

แฟลต

kituo cha treni

สถานีรถไฟ

ukumbi wa mji

ศาลากลางจังหวัด

Makavazi

พิพิธภัณฑ์

shule

โรงเรียน

chuo kikuu

มหาวิทยาลัย

benki

ธนาคาร

hospitali

โรงพยาบาล

hoteli

โรงแรม

duka la dawa

ร้านขายยา

ofisi

สำนักงาน

duka la kitabu

ร้านขายหนังสือ

duka

ร้านค้า

duka la maua

ร้านขายดอกไม้

dukakuu

ซูเปอร์มาร์เก็ต

soko

ตลาด

idara ya kuhifadhi

ห้างสรรพสินค้า

mwuza samaki

ร้านขายปลา

kituo cha ununuzi

ศูนย์การค้า

bandari

ท่าเรือ

Hifadhi

สวนสาธารณะ

benki

ม้านั่ง

daraja

สะพาน

vidato

บันได

chini ya ardhi

รถไฟใต้ดิน

handaki

อุโมงค์

kituo cha mabasi

ป้ายรถเมล์

bar

บาร์

mgahawa

ร้านอาหาร

sanduku la posta

ตู้ไปรษณีย์

ishara ya barabara

ป้ายชื่อถนน

mita ya maegesho

มิเตอร์เก็บค่าจอดรถ

bustani ya wanyama

สวนสัตว์

kidimbwi cha kuogelea

สระว่ายน้ำ

msikiti

สุเหร่า/มัสยิด

shamba

ฟาร์ม

uchafuzi

มลพิษ

makaburini

สุสาน

kanisa

โบสถ์

uwanja wa michezo

สนามเด็กเล่น

hekalu

วัด

mazingira
ภูมิประเทศ

jani
ใบไม้

ishara ya mwelekeo
ป้ายบอกทาง

njia
ทาง

malisho
ทุ่งหญ้า

jiwe
ก้อนหิน

mti
ต้นไม้

mtembeaji wa masafa
นักเดินทางไกลด้วยเท้า

mto
แม่น้ำ

nyasi
หญ้า

ua
ดอกไม้

bonde

หุบเขา

kilima

เนินเขา

ziwa

ทะเลสาบ

msitu

ป่า

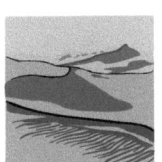

jangwa

ทะเลทราย

volkano

ภูเขาไฟ

ngome

คฤหาสน์

upinde wa mvua

รุ้งกินน้ำ

uyoga

เห็ด

mtende

ต้นปาล์ม

mbu

ยุง

kuruka

แมลงวัน

chungu

มด

nyuki

ผึ้ง

buibui

แมงมุม

mende

แมลงปีกแข็ง

chura

กบ

kuchakuro

กระรอก

nungunungu

เม่น

sungura

กระต่ายป่า

bundi

นกฮูก

ndege

นก

swan

หงส์

nguruwe mwitu

หมูป่าตัวผู้

kulungu

กวาง

aina ya kongoni

กวางมูส

bwawa

เขื่อน

tabo ya upepo

กังหันลม

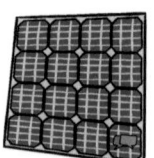

nishaji ya jua

แผงโซล่าเซลล์

hali ya hewa

สภาพอากาศ

mgahawa
ร้านอาหาร

menyu
รายการอาหาร
kiti
เก้าอี้
supu
ซุป
piza
พิซซ่า
vilia
เครื่องใช้บนโต๊ะอาหาร
kitambaa cha mezani
ผ้าปูโต๊ะ

kiamsha hamu

อาหารเรียกน้ำย่อย

kozi kuu

อาหารจานหลัก

kitindamlo

ของหวาน

vinywaji

เครื่องดื่ม

chakula

อาหาร

chupa

ขวด

chakula cha haraka

อาหารจานด่วน

Streetfood

ร้านข้างถนน

buli

กาน้ำชา

kisanduku cha sukari

โถใส่น้ำตาล

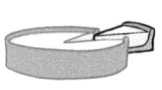

sehemu

ส่วนแบ่งอาหารสำหรับหนึ่งคน

mashine ya espresso

เครื่องชงกาแฟเอสเปรสโซ่

kiti kirefu

เก้าอี้สูง

muswada

ใบเสร็จ

trei

ถาด

kisu

มีด

uma

ส้อม

kijiko

ช้อน

kijiko cha chai

ช้อนชา

nepi

ผ้าเช็ดปากบนโต๊ะอาหาร

glasi

แก้วน้ำ

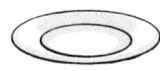

sahani

จาน

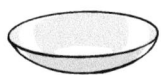

sahani ya supu

จานซุป

sufuria

จานรอง

mchuzi

ซอส

kichanyaji chumvi

กระปุกเกลือ

kinu cha pilipili

กระปุกบดพริกไทย

siki

น้ำส้มสายชู

mafuta

น้ำมันที่ใช้ปรุงอาหาร

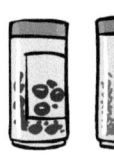

viungo

เครื่องเทศ

kechapu

ซอสมะเขือเทศ

haradali

มัสตาร์ด

kachumbari nzito

มายองเนส

dukakuu

ซูเปอร์มาร์เก็ต

ข้อเสนอพิเศษ
mteja
ลูกค้า
maziwa
ผลิตภัณฑ์ที่ทำจากนม
matunda
ผลไม้
toroli
รถเข็น

mchinjaji

ร้านขายเนื้อ

mwokaji

ร้านขายขนมปัง

uzito

ชั่งน้ำหนัก

mboga

ผัก

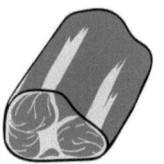

nyama

เนื้อ

chakula waliohifadhiwa

อาหารแช่แข็ง

vipande vya nyama baridi

อาหารเนื้อตัดเย็น

chakula cha kopo

อาหารกระป๋อง

sabuni ya unga

ผงซักฟอก

pipi

ขนมหวาน/ลูกกวาด

bidhaa za kaya

ผลิตภัณฑ์ในครัวเรือน

bidhaa za kusafisha

ผลิตภัณฑ์ทำความสะอาด

mtu mauzo

พนักงานขายหญิง

mpaka

เครื่องคิดเงิน

keshia

พนักงานจ่ายเงิน

orodha ya manunuzi

รายการซื้อของ

masaa ya ufunguzi

เวลาเปิดทำการ

mkoba

กระเป๋าสตางค์

kadi

บัตรเครดิต

mfuko

กระเป๋า

mfuko wa plastiki

ถุงพลาสติก

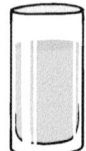

vinywaji

เครื่องดื่ม

maji

น้ำเปล่า

sharubati

น้ำผลไม้

maziwa

นม

coke

โค้ก

mvinyo

ไวน์

bia

เบียร์

pombe

แอลกอฮอล์

kakao

โกโก้

chai

ชา

kahawa

กาแฟ

spreso

เอสเปรสโซ่

kapuchino

คาปูชิโน่

chakula
อาหาร

ndizi

กล้วย

tufaha

แอปเปิ้ล

machungwa

ส้ม

tikiti

เมลอน

lemon

มะนาว

karoti

แครอท

kitunguu saumu

กระเทียม

mianzi

ต้นไผ่

kitunguu

หัวหอม

uyoga

เห็ด

karanga

ถั่ว

nudo

ก๋วยเตี๋ยว

spageti

สปาเก็ตตี

mpunga

ข้าว

saladi

สลัด

vibanzi

มันฝรั่งทอด

viazi vya kukaanga

มันฝรั่งทอด

piza

พิซซ่า

hambaga

แฮมเบอร์เกอร์

sandwichi

แซนด์วิช

kipande

ชิ้นเนื้อไร้กระดูก

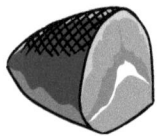

paja la mnyama

แฮม

salami

ไส้กรอกแห้งซาลามิ

soseji

ไส้กรอก

kuku

ไก่

choma

ย่าง/ปิ้ง

samaki

ปลา

oats ya uji

โจ๊กข้าวโอ๊ต

muesli

ธัญพืชอบกรอบ

cornflakes

คอร์นเฟล็ค

unga

แป้งทำอาหาร

kroisanti

ครัวซองค์

andazi

ขนมปังสโคน

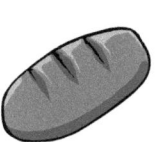

mkate

ขนมปัง

mkate wa kubanika

ขนมปังปิ้ง

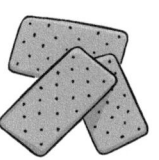

biskuti

บิสกิต

siagi

เนย

maziwa mgando

นมข้น

keki

เค้ก

yai

ไข่

yai kukaanga

ไข่ดาว

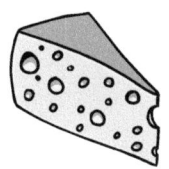

jibini

ชีส

aiskrimu

ไอศกรีม

sukari

น้ำตาล

asali

น้ำผึ้ง

jemu

แยม

kuenea kwa chokoleti

ช็อกโกแลตครีมสเปรด

mchuzi wa viungo

แกงกะหรี่

nyumba ya kilimo
บ้านไร่
majani bale
ghalani
ยุ้งฉาง
uwanja
ทุ่งนา
farasi
ม้า
trela
รถพ่วง
trekta
รถแทรกเตอร์
mtoto
ลูกม้า
punda
ลา
kondoo
แพะ
mwanakondoo
ลูกแกะ

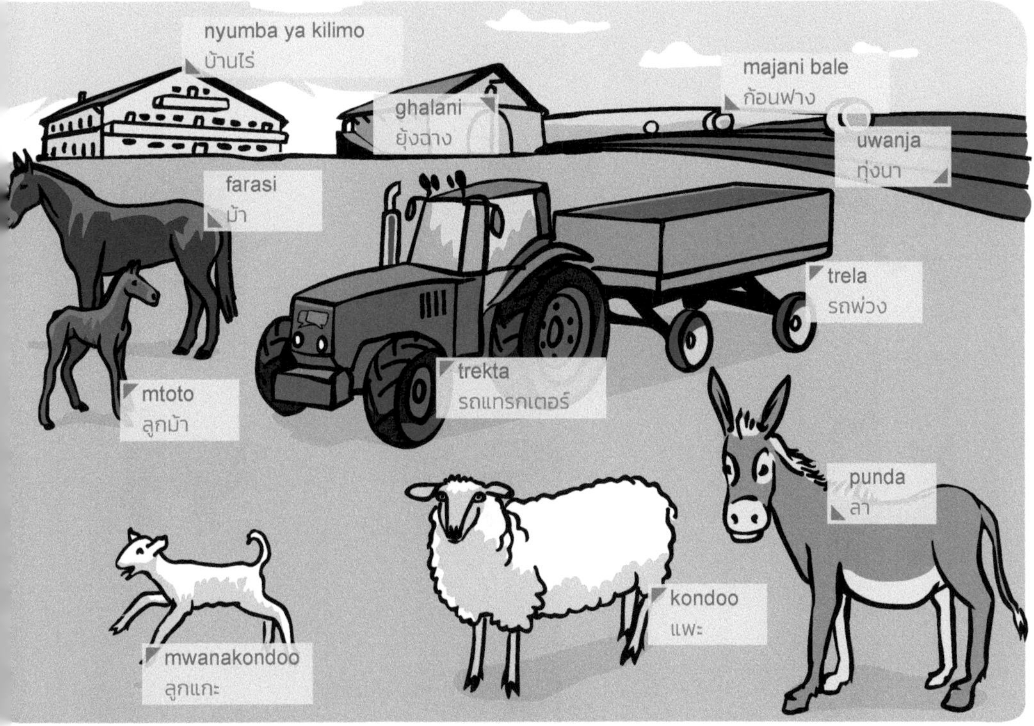

mbuzi

แพะ

ng'ombe

วัวตัวเมีย

ndama

ลูกวัว

nguruwe

หมู

mwananguruwe

ลูกหมู

fahali

วัวตัวผู้

batabukini

ห่าน

bata

เป็ด

kifaranga

ลูกไก่

kuku

แม่ไก่

jogoo

ไก่ตัวผู้

panya

หนู

paka

แมว

panya

หนู

ng'ombe

วัวตัวผู้สำหรับใช้แรงงานในฟาร์ม

mbwa

สุนัข

nyumba ya mbwa

บ้านสุนัข

bomba la bustani

สายยางที่ใช้ในสวน

debe la kumwagilia maji

บัวรดน้ำต้นไม้

fyekeo

เคียวด้ามยาว

kulima

คันไถ

mundu

เคียว

jembe

จอบ

uma wa nyasi

คราด

shoka

ค้อน

toroli

รถเข็นล้อเดียว

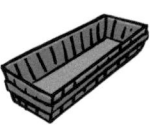

kupitia nyimbo

รางน้ำ

chombo cha maziwa

ถังใส่นม

gunia

กระสอบ

ua

รั้ว

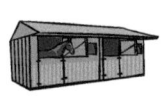

imara

คอกม้า

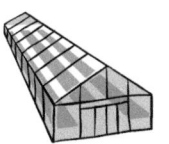

chafu

เรือนกระจก

udongo

ดิน

mbegu

เมล็ดพืช

mbolea

ปุ๋ย

kivunaji

เครื่องเกี่ยวนวดข้าว

mavuno

เก็บเกี่ยว

mavuno

การเก็บเกี่ยว

viazi vikuu

มันเทศ

ngano

ข้าวสาลี

soya

ถั่วเหลือง

viazi

มันฝรั่ง

mahindi

ข้าวโพด

rapa

ดอกเรพซีด

mti wa matunda

ต้นไม้ที่ออกผล

muhogo

มันสำปะหลัง

nafaka

ธัญพืช

nyumba

บ้าน

chimni
ปล่องไฟ
paa
หลังคา
bomba la maji ya mvua
รางน้ำฝน
dirisha
หน้าต่าง
gareji
โรงรถ
kengele ya mlangoni
กริ่งหน้าประตู
mlango
ประตู
pipa la taka
ถังขยะ
sanduku la barua
กล่องจดหมาย
bustani

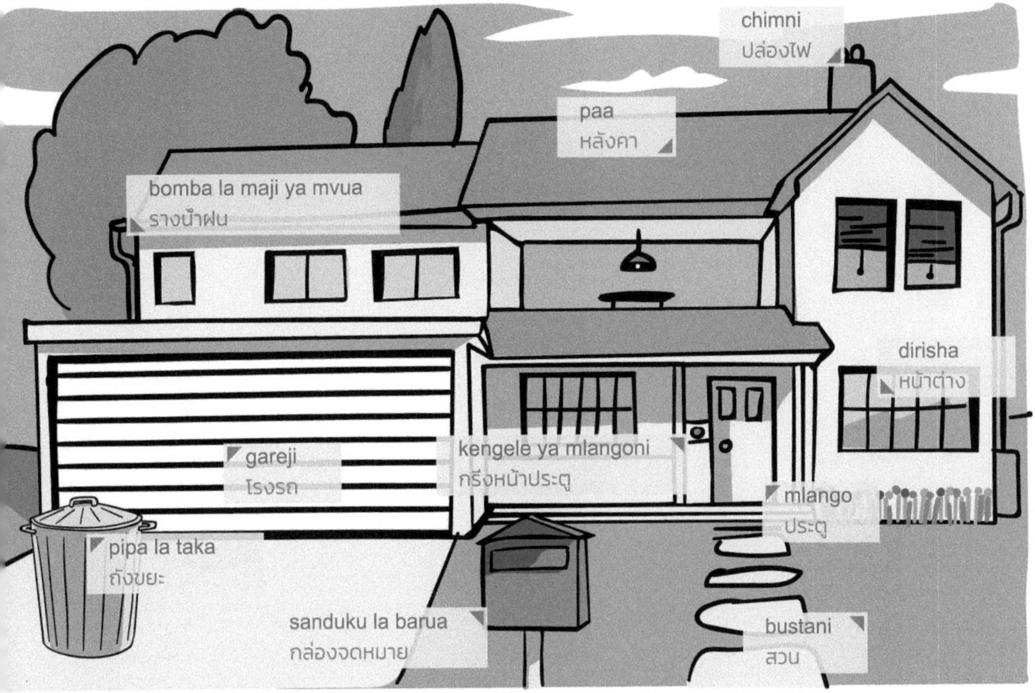

sebuleni

ห้องนั่งเล่น

bafu

ห้องน้ำ

jikoni

ห้องครัว

chumba cha kulala

ห้องนอน

chumba ya mtoto

ห้องพักสำหรับเด็ก

chumba cha kulia

ห้องอาหาร

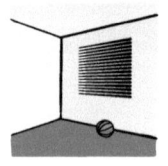

sakafu

พื้น

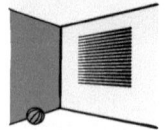

ukuta

ผนัง

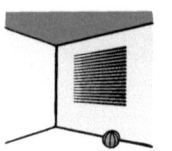

dari

เพดาน

pishi

ห้องเก็บของใต้ดิน

sauna

ซาวน่า

roshani

ระเบียง

mtaro

ลานตะพักลำน้ำ

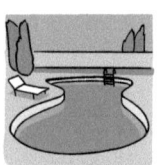

kidimbwi

สระว่ายน้ำ

mashine ya kukata nyasi

เครื่องตัดหญ้า

karatasi

ผ้าปูที่นอน

kitambaa cha kupamba kitanda

ผ้าคลุมเตียง

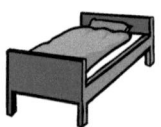

kitanda

เตียง

ufagio

ไม้กวาด

ndoo

ถังน้ำ

kubadili

สวิตช์

sebuleni

ห้องนั่งเล่น

mandhari
วอลเปเปอร์
picha
ภาพ
taa
โคมไฟ
rafu
ชั้นวาง
kabati
ตู้
televisheni/runinga
โทรทัศน์
mekoni
เตาผิง
ua
ดอกไม้
mto
เบาะ
sofa
โซฟา
chombo cha maua
แจกัน
kitenzambali
รีโมทคอนโทรล

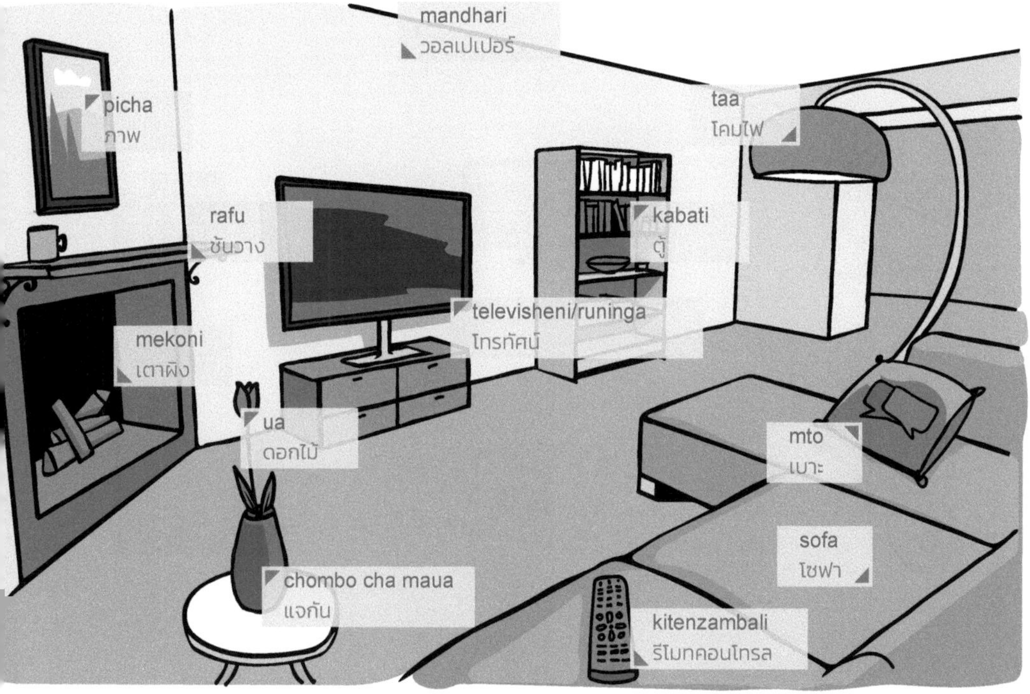

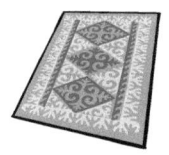

zulia

พรมเช็ดเท้า

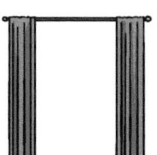

pazia

ผ้าม่าน

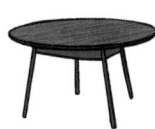

meza

โต๊ะ

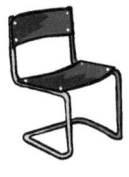

kiti

เก้าอี้

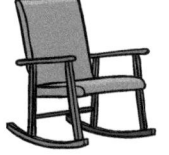

kiti cha bembea

เก้าอี้โยก

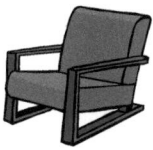

armchair

เก้าอี้ที่มีที่วางแขน

kitabu

หนังสือ

blanketi

ผ้าห่ม

mapambo

ของตกแต่ง

kuni

ฟืน

filamu

ภาพยนตร์

kifaa cha hi-fi

เครื่องเสียงระบบไฮไฟ

ufunguo

กุญแจ

gazeti

หนังสือพิมพ์

uchoraji

จิตรกรรม

bango

โปสเตอร์

redio

วิทยุ

daftari

สมุด

kifyonza

เครื่องดูดฝุ่น

dungusi kakati

ตะบองเพชร

mshumaa

เทียนไข

jikoni
ห้องครัว

jokofu
ตู้เย็น
kikanza
ไมโครเวฟ
wadogo jikoni
เครื่องชั่งน้ำหนักอาหาร
kibaniko
เครื่องปิ้งขนมปัง
sabuni
ผงซักฟอก
stovu
เตาอบ
friza
ช่องแข็งในตู้เย็น
pipa la taka
ถังขยะ
mashine ya kuoshea vyombo
เครื่องล้างจาน

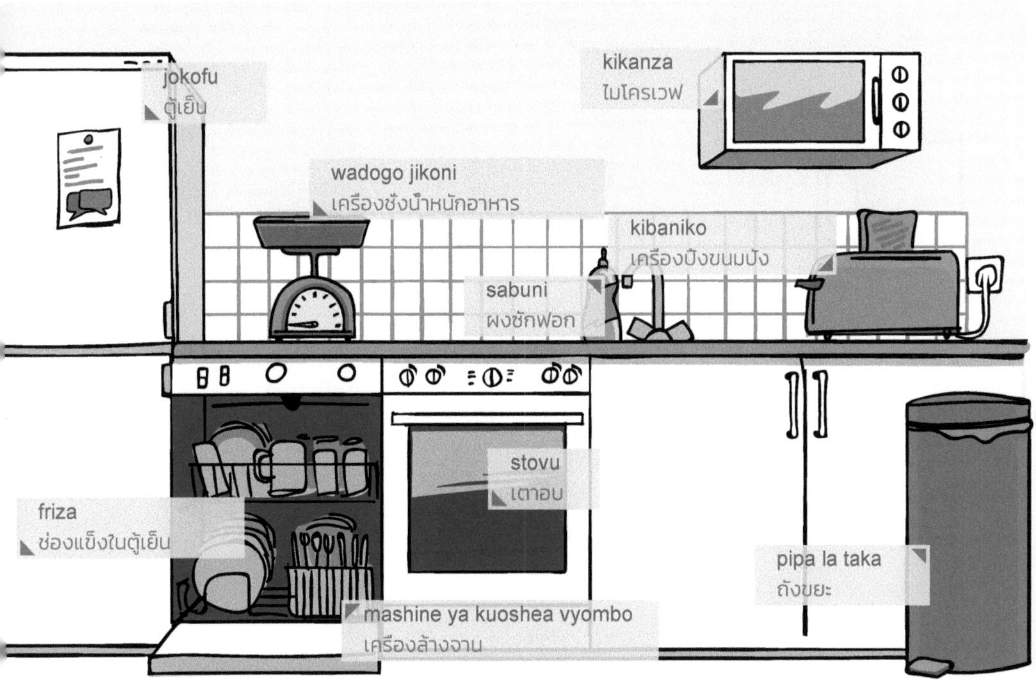

jiko la kupika
เตาปรุงอาหาร

chungu
หม้อ

sufuria ya chuma
หม้อเหล็กหล่อ

wok / kadai
กระทะจีน

kaango
กระทะ

birika
กาต้มน้ำ

stima

หม้อไอน้ำ

sinia ya kuoka

ถาดอบ

vyombo vya udongo

เครื่องถ้วยชาม

kombe

เหยือก

bakuli

ชาม

vijiti vya kulia

ตะเกียบ

ukawa

ทัพพีด้ามยาว

mwiko mpana

ตะหลิว

burashi

ที่ตีไข่

kichujio

ที่กรอง

chujio

กระชอน

mbuzi

ที่ขูด

chokaa

ครก

barbeque

บาร์บีคิว

moto wazi

แคมป์ไฟถาวร

ubao wa majaribio

เขียง

kijiti cha kusukuma unga

ไม้นวดแป้ง

kizibuo

สว่านเปิดจุกขวด

kopo

กระป๋อง

inaweza kopo

ที่เปิดกระป๋อง

kishikio cha chungu

ถุงมือจับของร้อน

karo

อ่างล้างจาน

brashi

แปรง

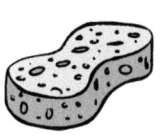

sifongo

ฟองน้ำ

kisagaji matunda

เครื่องปั่น

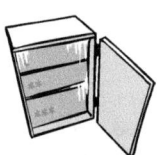

friji ya kina

ตู้แช่แข็ง

chupa ya mtoto

ขวดนม

bomba

ก๊อกน้ำ

bafu

ห้องน้ำ

joto
เครื่องทำความร้อน
taulo
ผ้าเช็ดมือ
mfereji wa kuogea
ฝักบัว
pazia la kuogea
ม่านห้องน้ำ
maji ya kuoga yenye povu
สบู่ทำฟอง
hodhi
อ่างอาบน้ำ
glasi
แก้วน้ำ
mashine ya kuosha
เครื่องซักผ้า
bomba
ก๊อกน้ำ
vigae
กระเบื้อง
poti
โถส้วมสำหรับเด็ก
karo
อ่างล้างจาน

choo

ห้องส้วม

choo cha squat

ส้วมนั่งยอง

beseni la mviringo

โถปัสสาวะหญิง

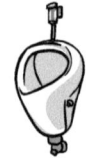

choo cha umma

โถปัสสาวะชาย

shashi

กระดาษชำระสำหรับใช้ในห้องน้ำ

brashi ya choo

แปรงขัดห้องน้ำ

mswaki

แปรงสีฟัน

dawa ya meno

ยาสีฟัน

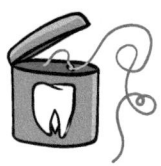

dawa ya meno

ไหมขัดฟัน

safisha

ล้าง

kuoga mkono

ฝักบัวมือ

msukumo wa maji

สายฉีดชำระ

bonde

อ่างล้างหน้า

mpako wa pili

แปรงถูหลัง

sabuni

สบู่

jeli ya kuogea

เจลอาบน้ำ

shampuu

แชมพู

flana

ผ้าสักหลาด

toa maji

ท่อระบายน้ำทิ้ง

krimu

ครีม

kiondoa harufu

ผลิตภัณฑ์ระงับกลิ่นตัว

kioo

กระจก

kioo mkono

กระจกถือ

kinyozi

ที่โกนหนวด

povu la kunyoa

โฟมโกนหนวด

baada ya kunyoa

โลชั่นบำรุงผิวหลังโกนหนวด

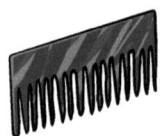

kichana

หวี

brashi

แปรง

kikausha nywele

ไดร์เป่าผม

marashi ya nyewele

สเปรย์ฉีดผม

vipodozi

ชุดเครื่องสำอาง

kidomwa

ลิปสติก

varnish ya msumari

น้ำยาทาเล็บ

pamba

สำลี

mkasi wa kucha

กรรไกรตัดเล็บ

manukato

น้ำหอม

mkoba wa kuosha

กระเป๋าอาบน้ำ

kinyesi

เก้าอี้สามขา

mizani

เครื่องชั่งน้ำหนัก

nguo ya kuoga

เสื้อคลุมอาบน้ำ

glavu za mpira

ถุงมือยาง

kisodo

ผ้าอนามัยแบบสอด

sodo

ผ้าอนามัย

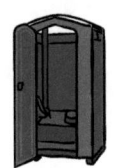

kemikali choo

ส้วมเคมี

chumba ya mtoto
ห้องพักสำหรับเด็ก

saa ya kengele
นาฬิกาปลุก
kidoli cha kupakata
ของเล่นน่ารักน่ากอด
gari bandia
รถยนต์ของเล่น
kelele
ของเล่นประเภทเขย่าแล้วมีเสียง
chumba cha midoli
บ้านตุ๊กตา
sasa
ของขวัญ

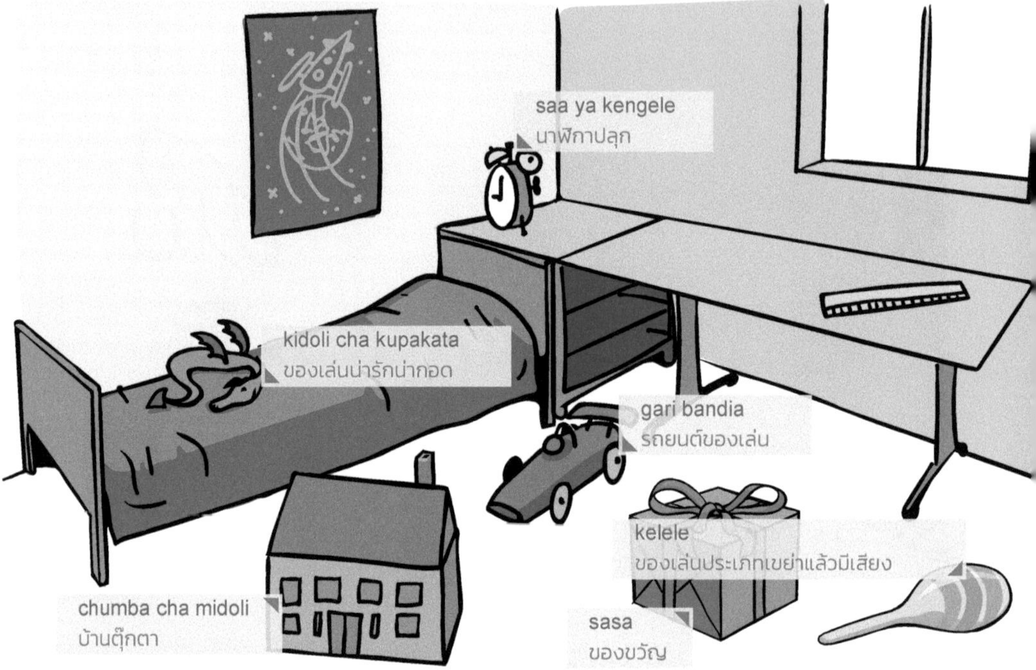

baluni

ลูกโป่ง

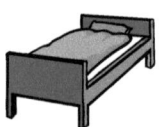

kitanda

เตียง

mashua

รถเข็นเด็ก

staha ya kadi

สำรับไพ่

mchezo-fumb

จิ๊กซอว์

vichekesho

หนังสือการ์ตูน

matofali lego
ตัวต่อเลโก้

vitalu mwigo
บล็อกของเล่น

hatua takwimu
ฟิกเกอร์แบบขยับท่าทางได้

suti ya kulalia
เสื้อผ้าทารก

kisahani
จานร่อน

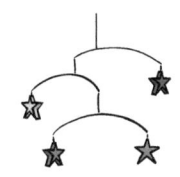

simu
โมบายแขวนหัวเตียงเด็ก

ubao wa michezo
เกมกระดาน

kete
ลูกเต๋า

garimoshi mwigo
ชุดรถไฟจำลอง

dummy
หุ่น

chama
ปาร์ตี้

picha kitabu
หนังสือภาพ

mpira
ลูกบอล

kikaragosi
ตุ๊กตา

kucheza
เล่น

shimo la mchanga

หลุมทราย

bembea

ชิงช้า

vitu bandia

ของเล่น

kiweko cha video ya mchezo

เครื่องเล่นวิดีโอเกม

baiskeli ya magurudumu

รถจักรยานสามล้อ

matatu

mwanasesere

ตุ๊กตาหมี

kabati

ตู้เสื้อผ้า

nguo

เสื้อผ้า

soksi

ถุงเท้า

stokingi

ถุงน่อง

kibano

กางเกงรัดรูป

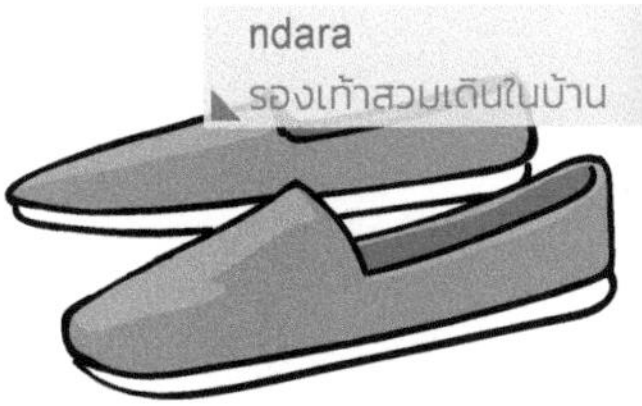

skafu
ผ้าพันคอ

mwavuli
ร่ม

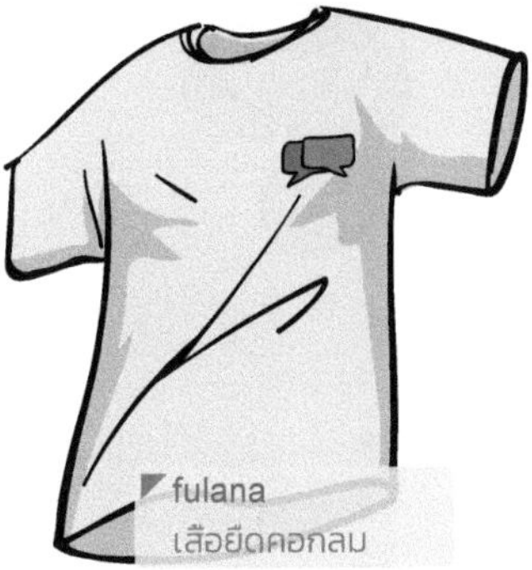

fulana
เสื้อยืดคอกลม

ukanda
เข็มขัด

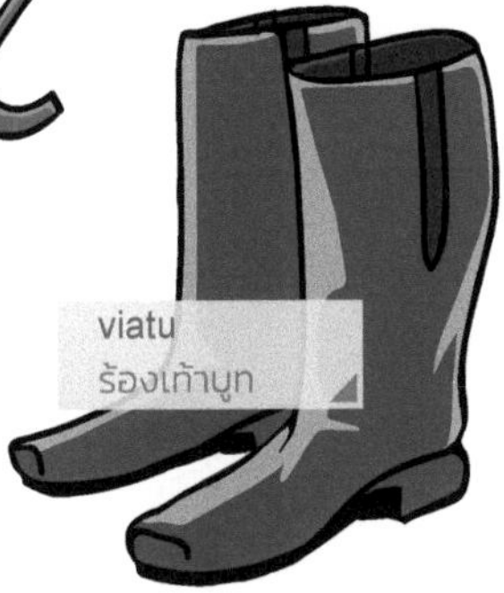

viatu
ร้องเท้าบูท

ndara
รองเท้าสวมเดินในบ้าน

wakufunzi
รองเท้ากีฬา

malapa

รองเท้าแตะ

viatu

รองเท้า

mabuti ya mpira

ร้องเท้าบูทยาง

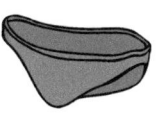

suruali ya ndani

กางเกงชั้นใน

sidiria

ยกทรง

fulana

เสื้อกล้าม

mwili

เสื้อรัดรูป

suruali

กางเกงขายาว

dangirizi

กางเกงยีน

sketi

กระโปรง

blauzi

เสื้อเชิ้ตสตรี

shati

เสื้อเชิ้ต

vuta

เสื้อกันหนาว

sweta

เสื้อคลุมมีหมวก

bleza

เสื้อเบลเซอร์

jaketi

เสื้อแจ็กเก็ต

koti

เสื้อโค้ท

koti la mvua

เสื้อกันฝน

maleba

เครื่องแต่งกาย

gauni

ชุดเดรส

mavazi ya harusi

ชุดแต่งงาน

suti

เสื้อสูท

vazi la usiku

ชุดราตรี

pajama

ชุดนอน

sari

ผ้าส่าหรี

skafu

ฮิญาบ

kilemba

ผ้าโพกศรีษะ

burka

เสื้อบุรเกาะ

kaftan

เสื้อคลุมคาฟตาน

abaya

เสื้อคลุมอบายะห์

vazi la kuogelea

ชุดว่ายน้ำ

vazi la kiume la kuogelea

กางเกงว่ายน้ำ

kaptura

กางเกงขาสั้น

teitei

ชุดวอร์ม

aproni

ผ้ากันเปื้อน

glavu

ถุงมือ

kifungo

กระดุม

glasi

แว่นตา

bangili

กำไลข้อมือ

mkufu

สร้อยคอ

pete

แหวน

herini

ต่างหู

kofia

หมวกแก๊ป

kiango cha koti

ที่แขวนเสื้อโค้ท

kofia

หมวกปีกกว้าง

tai

เนคไท

zipu

ซิป

kofia

หมวกกันน็อก

kanda za suruali

สายโยงกางเกง

sare za shule

ชุดนักเรียน

sare

เครื่องแบบ

bibu

ผ้ากันเปื้อนเด็ก

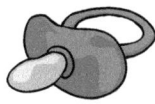

dummy

หุ่น

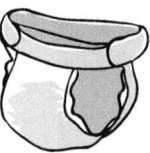

nepi

ผ้าอ้อม

ofisi

สำนักงาน

seva
เซิร์ฟเวอร์
kabati la kuweka faili
ตู้เก็บเอกสาร
kichapishaji
ปริ้นเตอร์/เครื่องพิมพ์
karatasi
กระดาษ
kiwambo
หน้าจอ
kipanya
เมาส์
dawati
โต๊ะทำงาน
folda
แฟ้ม
kibodi
แป้นพิมพ์
u cha kuweka karatasi chafu
าใส่เศษกระดาษที่ไม่ใช้แล้ว
kiti
เก้าอี้
kompyuta
คอมพิวเตอร์

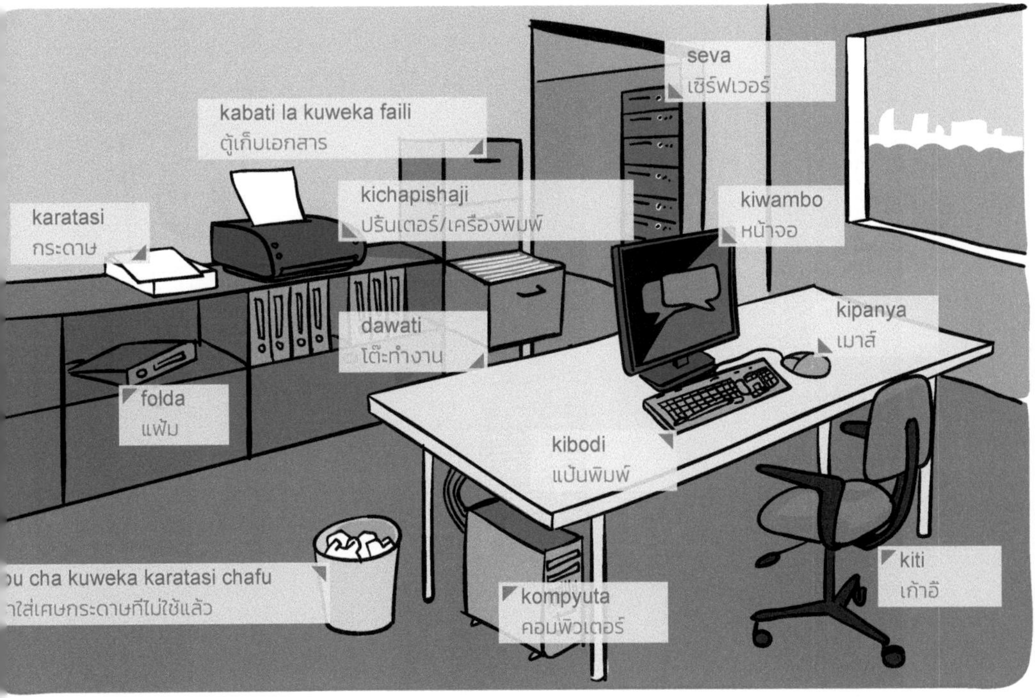

kmobe la kahawa

แก้วมัคใส่กาแฟ

kikokotoo

เครื่องคิดเลข

biashara

อินเตอร์เน็ต

mbali

คอมพิวเตอร์แบบพกพา

barua

จดหมาย

ujumbe

ข้อความ

rununu

โทรศัพท์มือถือ

intaneti

เครือข่าย

fotokopia

เครื่องถ่ายเอกสาร

programu

ซอฟต์แวร์

simu

โทรศัพท์

soketi

ปลั๊กตัวเมีย/เต้าเสียบ

kipepesi

เครื่องแฟกซ์

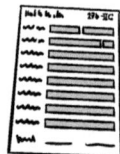

fomu

แบบฟอร์ม

hati

เอกสาร

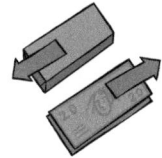

uchumi
ความประหยัด

kununua
ซื้อ

kulipa
จ่าย

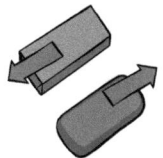

biashara
แลกเปลี่ยน

fedha
เงิน

dola
ดอลลาร์

yuro
ยูโร

yeni
เยน

rouble
รูเบิล

faranga ya Uswisi
ฟรังก์สวิส

renminbi yuan
หยวนเหรินหมินปี้

rupia
รูปี

eneo la kulipia
เครื่องสำหรับกดเงินสดจากธนาคาร

ofisi ya ubadilishanaji

สำนักงานแลกเปลี่ยนเงินตรา

dhahabu

ทอง

fedha

เงิน

mafuta

น้ำมัน

nishati

พลังงาน

bei

ราคา

mkataba

สัญญา

kodi

ภาษี

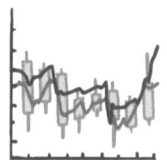

bidhaa

หุ้น

kazi

ทำงาน

mfanyakazi

ลูกจ้าง

mwajiri

นายจ้าง

kiwanda

โรงงาน

duka

ร้านค้า

kazi
อาชีพ

afisa wa polisi
เจ้าหน้าที่ตำรวจ
mzimamoto
พนักงานดับเพลิง
mpishi
พ่อครัว
daktari
หมอ
rubani
นักบิน

mtunza bustani

ชาวสวน

seremala

ช่างไม้

mshonaji

ช่างเย็บผ้าที่เป็นผู้หญิง

hakimu

ผู้พิพากษา

mwanakemia

นักเคมี

muigizaji

นักแสดงชาย

dereva wa basi

คนขับรถประจำทาง

dereva wa teksi

คนขับรถแท็กซี่

mvuvi

ชาวประมง

mwanamke wa kusafisha

แม่บ้านทำความสะอาด

mwezekaji

ช่างมุงหลังคา

mhudumu

บริกรชาย

mwindaji

นายพราน

mchoraji

จิตรกร

mwokaji

คนทำขนมปัง

umeme

ช่างไฟฟ้า

mjenzi

ช่างก่อสร้าง

mhandisi

วิศวกร

mchinjaji

คนขายเนื้อ

fundi bomba

ช่างประปา

mwanaposta

บุรุษไปรษณีย์

mwanajeshi

ทหาร

msanifu majengo

สถาปนิก

keshia

พนักงานจ่ายเงิน

muuza maua

คนขายดอกไม้

msusi

ช่างทำผม

kondakta

พนักงานตรวจตั๋ว

mekanika

ช่างซ่อมรถยนต์

nahodha

กัปตัน

daktari wa meno

ทันตแพทย์

mwanasayansi

นักวิทยาศาสตร์

rabbi

แรบไบ

imamu

อิหม่าม

mtawa

พระ

kasisi

พระ/นักบวช

zana
เครื่องมือ

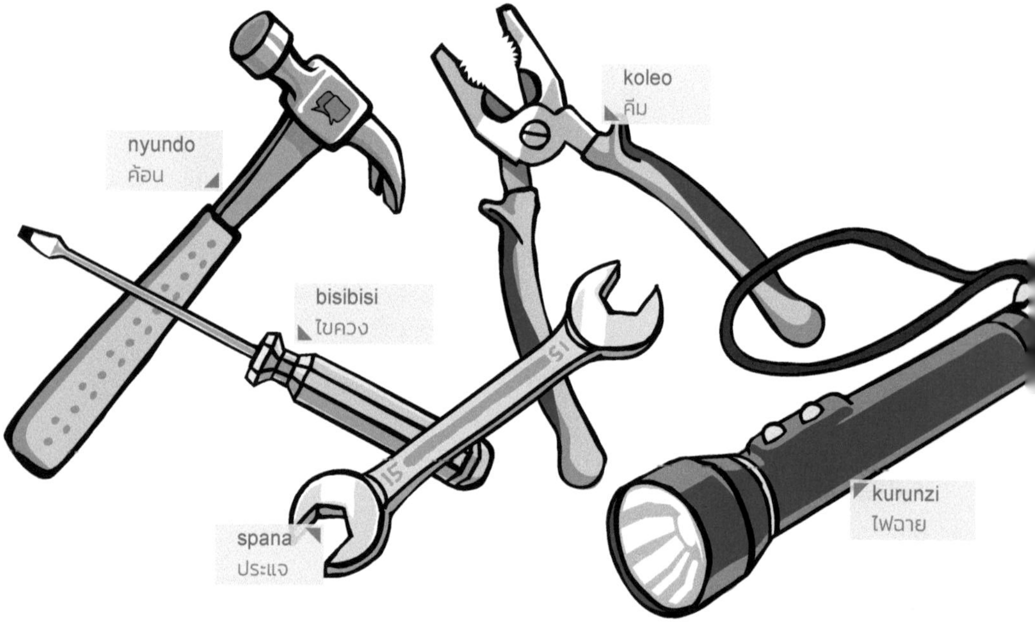

koleo
คีม
nyundo
ค้อน
bisibisi
ไขควง
kurunzi
ไฟฉาย
spana
ประแจ

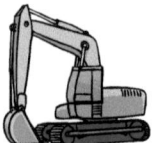

mchimbaji

เครื่องขุด

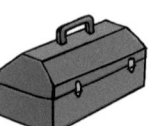

sanduku la vifaa

กล่องเครื่องมือ

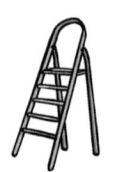

ngazi

กระได

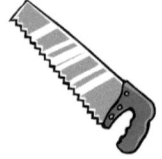

msumeno

เลื่อย

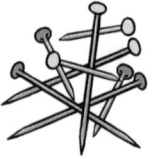

misumari

ตะปู

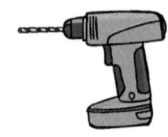

kuchimba visima

สว่าน

kukarabati

ซ่อมแซม

sepetu

พลั่ว

Lo!

ตายห่า!

kishikio cha uchafu

ที่โกยขยะ

chungu cha rangi

ถังสี

skurubu

สกรู

ala za muziki

เครื่องดนตรี

spika
ลำโพง
mpangilio wa ngoma
กลองชุด
gita
กีตาร์
besi mara mbili
ดับเบิลเบส
tarumbeta
ทรัมเป็ต

piano

เปียโน

fidla

ไวโอลิน

ubeji

เบส

timpani

กลองทิมปานี

ngoma

กลอง

kibodi

คีย์บอร์ด

saksafoni

แซ็กโซโฟน

filimbi

ฟลูต

maikrofoni

ไมโครโฟน

lango la kuingia
ทางเข้า

simbamarara
เสือ

ngome
กรง

pundamilia
ม้าลาย

chakula cha mifugo
อาหารสัตว์

panda
หมีแพนด้า

wanyama

สัตว์

tembo

ช้าง

kangaruu

จิงโจ้

kifaru

แรด

sokwe

กอริลล่า

dubu

หมี

ngamia

อูฐ

mbuni

นกกระจอกเทศ

simba

สิงโต

tumbili

ลิง

heroe

นกฟลามิงโก

kasuku

นกแก้ว

dubu

หมีขั้วโลก

penguini

เพนกวิน

papa

ฉลาม

tausi

นกยูง

nyoka

งู

mamba

จระเข้

mtunza wanyama

ผู้ดูแลสัตว์

muhuri

แมวน้ำ

jaguar

เสือจากัวร์

mwanafarasi

ม้าพันธุ์เล็ก

chui

เสือดาว

kiboko

ฮิปโป

twiga

ยีราฟ

tai

เหยียว

nguruwe mwitu

หมูป่าตัวผู้

samaki

ปลา

kobe

เต่า

sili

ช้างน้ำ

mbweha

จิ้งจอก

paa

กาเซลล์

michezo
กีฬา

soka ya marekani
อเมริกันฟุตบอล
uendeshaji baiskeli
ขี่จักรยาน
tenisi
เทนนิส
mpira wa kikapu
บาสเกตบอล
kuogelea
ว่ายน้ำ
ndondi
มวย
magongo ya barafuni
ฮอคกี้น้ำแข็ง

soka
ฟุตบอล

vinyoya
แบดมินตัน

riadha
กรีฑา

mpira wa mikono
แฮนด์บอล

skii
สกี

polo
กีฬาโปโลน้ำ

shughuli
กิจกรรม

cheka
หัวเราะ
kuruka
กระโดด
kumbatia
กอด
kutembea
เดิน
kuimba
ร้องเพลง
ota ndoto
ฝัน
kuomba
ภาวนา/สวดมนต์
busu
จูบ

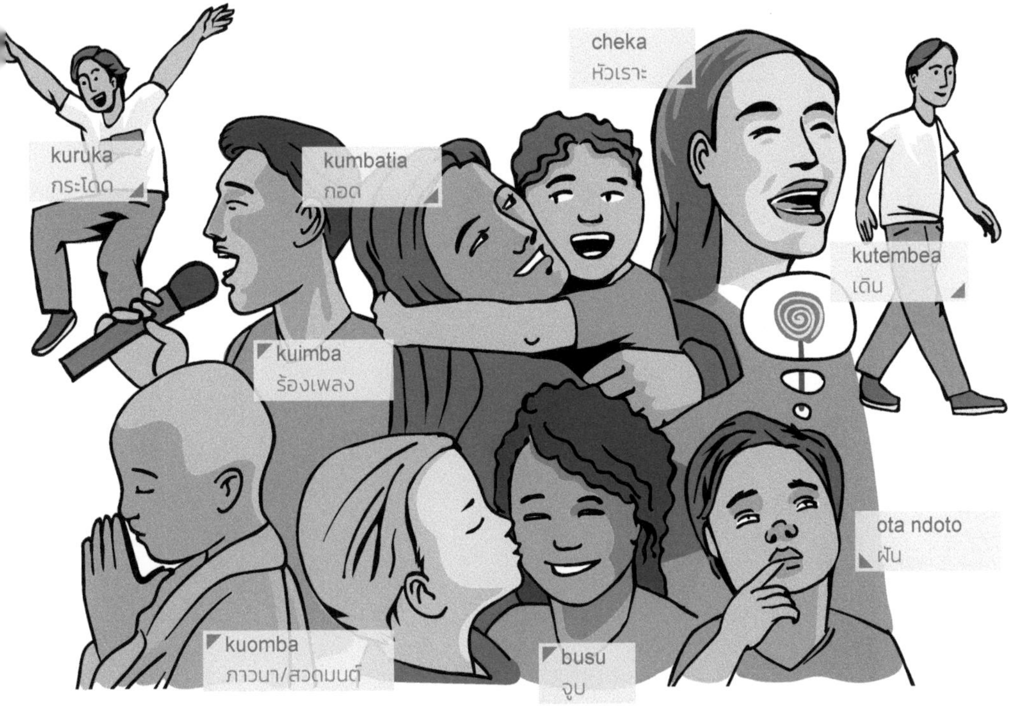

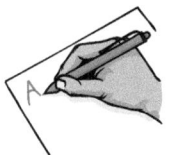

kuandika
เขียน

kuteka
วาดภาพ

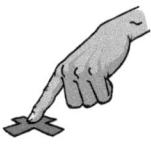

angalia
แสดง

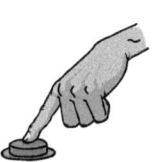

sukuma
ผลัก

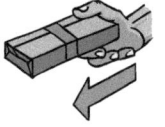

kutoa
ให้

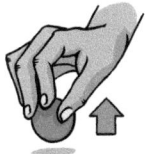

kuchukua
เอาไป

kuwa

มี

fanya

ทำ

kuwa

เป็น

kusimama

ยืน

kukimbia

วิ่ง

vuta

ดึง

kutupa

โยน

kuanguka

ตก/หล่น

hadaa

นอนเหยียดยาว

kusubiri

รอคอย

kubeba

ถือ

kukaa

นั่ง

vaa nguo

แต่งตัว

usingizi

นอนหลับ

kuamka

ตื่น

kuangalia

มองดู

lia

ร้องไห้

kiharusi

ลูบ

chana nywele

หวีผม

ongea

พูดคุย

kuelewa

เข้าใจ

kuuliza

ถาม

kusikiliza

ฟัง

kunywa

ดื่ม

kula

กิน

nadhifisha

จัดให้เป็นระเบียบ

upendo

รัก

mpishi

ทำอาหาร

gari

ขับรถ

kuruka

บิน

meli

ล่องเรือ

kokotoa

คำนวณ

kusoma

อ่าน

kujifunza

เรียนรู้

kazi

ทำงาน

kuoa

แต่งงาน

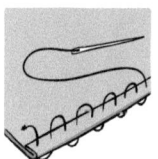

kushona

เย็บ

piga mswaki

แปรงฟัน

kuua

ฆ่า

moshi

สูบบุหรี่

kutuma

ส่ง

bibi
ย่า/ยาย

babu
ปู่/ตา

baba
พ่อ

mama
แม่

mtoto
ทารก

binti
ลูกสาว

bin
ลูกชาย

mgeni

แขก

shangazi

ป้า

mjomba

ลุง

kaka

พี่ชาย/น้องชาย

dada

พี่สาว/น้องสาว

mwili

ร่างกาย

paji la uso
หน้าผาก
jicho
ตา
bega
ไหล่
kidole
นิ้วมือ
uso
ใบหน้า
kidevu
mkono
มือ
mguu
ขา
matiti
หน้าอก
mkono
แขน

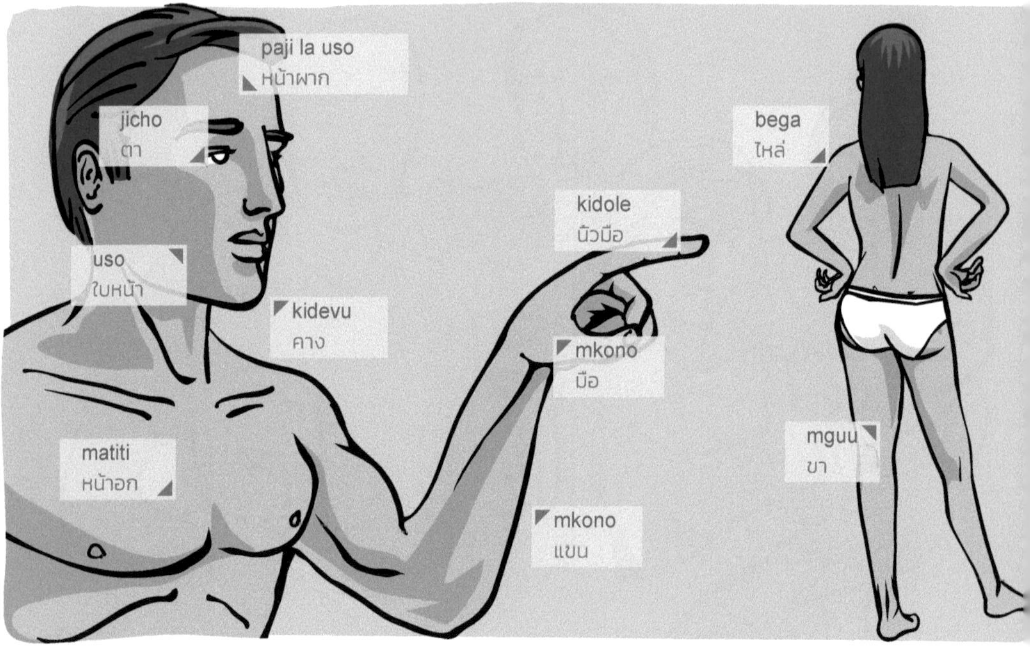

mtoto

ทารก

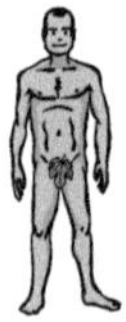

mwanamume

ผู้ชาย

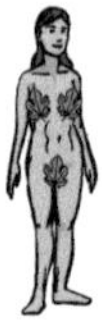

mwanamke

ผู้หญิง

msichana

เด็กผู้หญิง

mvulana

เด็กผู้ชาย

kichwa

ศีรษะ

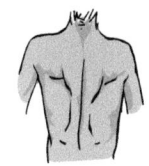

nyuma

หลัง

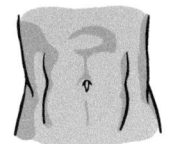

tumbo

ท้อง

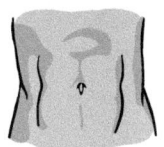

kitovu

สะดือ

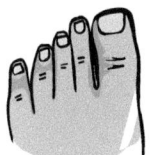

chano

นิ้วเท้า

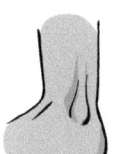

kisigino

ส้นเท้า

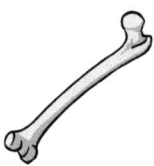

mfupa

กระดูก

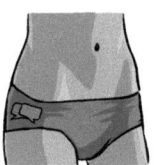

nyonga

สะโพก

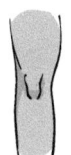

goti

หัวเข่า

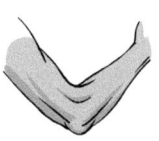

kiwiko

ข้อศอก

pua

จมูก

chini

ก้น

ngozi

ผิวหนัง

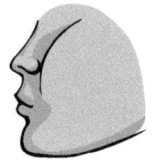

shavu

แก้ม

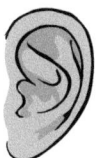

sikio

หู

mdomo

ริมฝีปาก

kinywa

ปาก

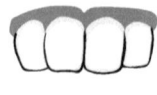

jino

ฟัน

ulimi

ลิ้น

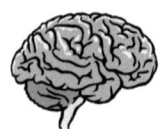

ubongo

สมอง

moyo

หัวใจ

misuli

กล้ามเนื้อ

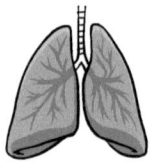

pafu

ปอด

ini

ตับ

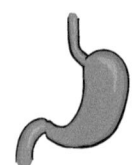

tumbo

กระเพาะ

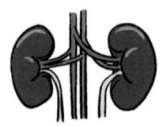

figo

ไต

jinsia

เพศสัมพันธ์

kondomu

ถุงยาง

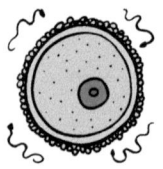

ovari

เซลล์ไข่

shahawa

น้ำอสุจิ

mimba

การตั้งครรภ์

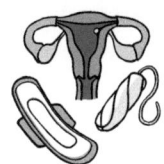

hedhi

ประจำเดือน

uke

ช่องคลอด

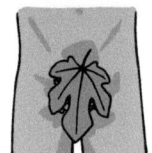

uume

องคชาต

unyusi

คิ้ว

nywele

เส้นผม

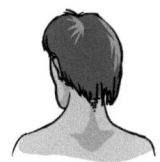

shingo

คอ

hospitali
โรงพยาบาล

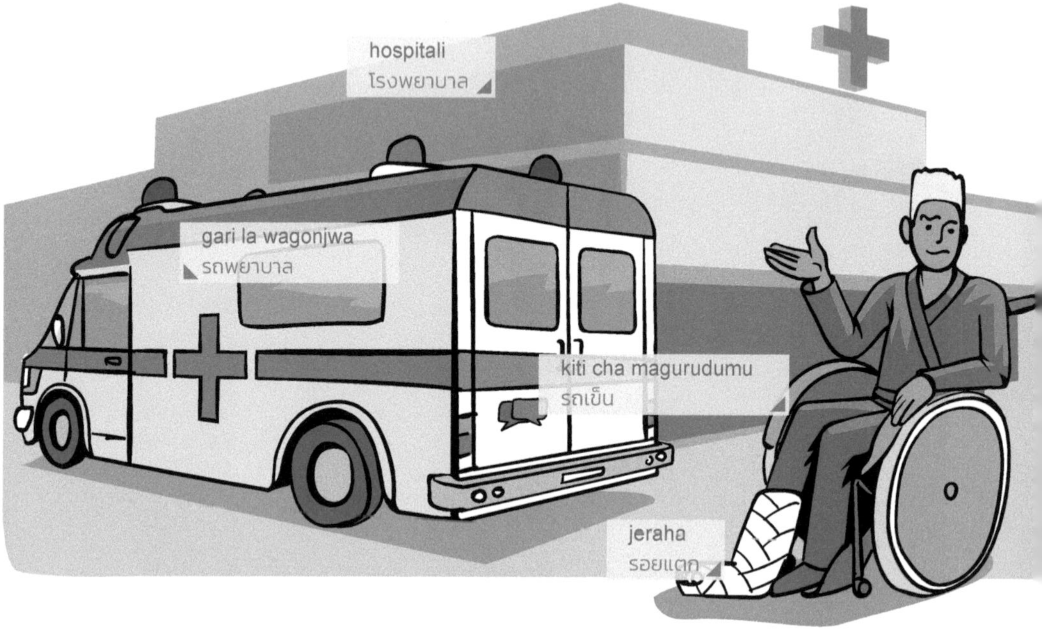

โรงพยาบาล
gari la wagonjwa
รถพยาบาล
kiti cha magurudumu
รถเข็น
jeraha
รอยแตก

daktari

หมอ

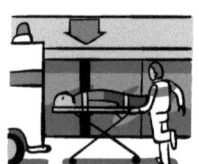

chumba cha dharura

ห้องฉุกเฉิน

muuguzi

พยาบาล

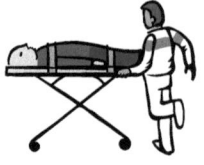

dharura

ฉุกเฉิน

kupoteza fahamu

หมดสติ

maumivu

อาการเจ็บปวด

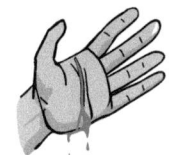

kuumia

การบาดเจ็บ

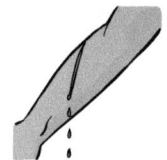

kutokwa na damu

เลือดไหล

mshtuko wa moyo

หัวใจวาย

kiharusi

โรคหลอดเลือดในสมอง

mzio

โรคภูมิแพ้

kikohozi

ไอ

homa

ไข้

mafua

ไข้หวัด

kuharisha

ท้องเสีย

maumivu ya kichwa

การปวดหัว

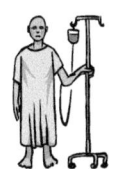

kansa

มะเร็ง

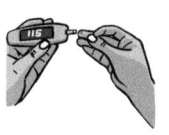

ugonjwa wa kisukari

โรคเบาหวาน

daktari mpasuaji

ศัลยแพทย์

kisu kidogo cha kupasulia

มีดผ่าตัด

operesheni

การผ่าตัด

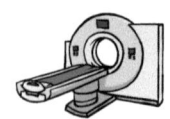

picha changanufu ya mwili

เครื่องเอกซเรย์คอมพิวเตอร์ควา
มเร็วสูง

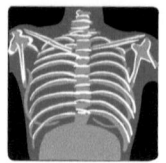

Eksrei

เอกซเรย์

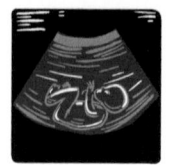

mawimbi sauti

อัลตราซาวด์

barakoa ya uso

หน้ากากอนามัย

ugonjwa

โรค

chumba cha kusubiri

ห้องรอตรวจ

mkongojo

ไม้เท้า

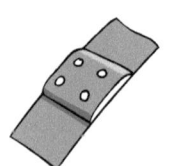

plasta

ปลาสเตอร์ยา

bendeji

ผ้าพันแผล

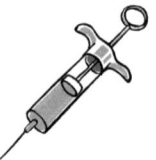

sindano

ฉีดยา

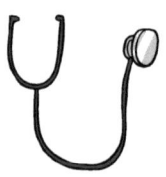

stetoskopu

เครื่องฟังตรวจ

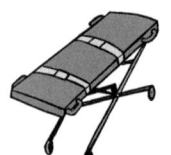

machela

เปลหาม

kipimajoto cha kliniki

ปรอทวัดไข้

kuzaliwa

การเกิด

unene kupita kiasi

น้ำหนักเกิน

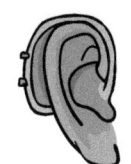

kusikia misaada

เครื่องช่วยฟัง

kipukusi

สารฆ่าเชื้อ

maambukizi

การติดเชื้อ

virusi

ไวรัส

VVU / UKIMWI

เอชไอวี/เอดส์

dawa

ยา

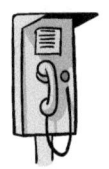

chanjo

การฉีดวัคซีน

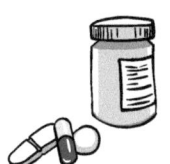

vidonge

ยาเม็ด

kidonge

ยาเม็ดกลม

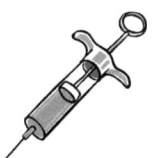

simu ya dharura

โทรออกฉุกเฉิน

haemodainamometa

เครื่องวัดความดันโลหิต

mgonjwa / mwenye afya

ปวย/ สุขภาพดี

dharura

ฉุกเฉิน

Msaada!

ช่วยด้วย!

kengele

สัญญาณเตือนภัย

pigo

การทำร้าย

shambulizi

การโจมตี

hatari

อันตราย

lango la dharura

ทางออกฉุกเฉิน

Moto!

ไฟไหม้!

kizima moto

ถังดับเพลิง

ajali

อุบัติเหตุ

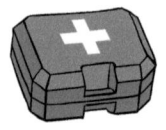

vifaa vya huduma ya kwanza

ชุดปฐมพยาบาลเบื้องต้น

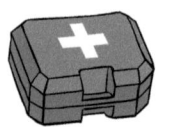

wito wa msaada

สัญญาณขอความช่วยเหลือ

polisi

ตำรวจ

dunia
โลก

Ulaya

ยุโรป

Amerika ya Kaskazini

อเมริกาเหนือ

Amerika ya Kusini

อเมริกาใต้

Afrika

แอฟริกา

Asia

เอเชีย

Australia

ออสเตรเลีย

Atlantiki

แอตแลนติก

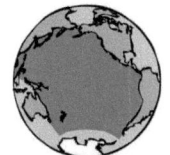

Pasifiki

แปซิฟิก

Bahari ya Hindi

มหาสมุทรอินเดีย

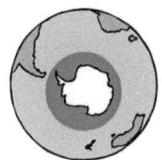

Bahari ya Antaktiki

มหาสมุทรแอนตาร์กติก

Bahari ya Aktiki

มหาสมุทรอาร์กติก

Ncha ya Kaskazini

ขั้วโลกเหนือ

Ncha ya Kusini

ขั้วโลกใต้

Antaktika

แอนตาร์กติกา

dunia

โลก

nchi

พื้นดิน

bahari

ทะเล

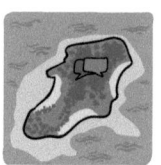

kisiwa

เกาะ

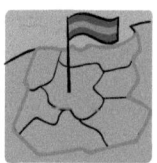

taifa

ชาติ/ประชาชาติ

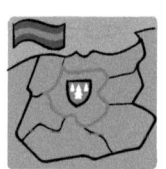

jimbo

รัฐ

saa

นาฬิกา

uso wa saa

หน้าปัดนาฬิกา

akrabu ya saa

เข็มชั่วโมง

akrabu ya dakika

เข็มนาที

akrabu ya sekunde

เข็มวินาที

Ni saa ngapi?

กี่โมงแล้ว?

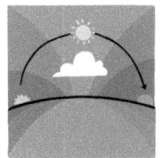

siku

วัน

wakati

เวลา

sasa

ตอนนี้

saa ya dijitali

นาฬิกาดิจิตอล

dakika

นาที

saa

ชั่วโมง

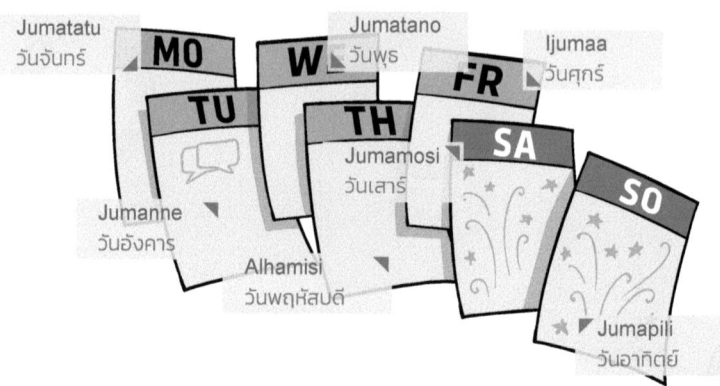

wiki

สัปดาห์

Jumatatu
วันจันทร์
MO
TU
W
Jumatano
วันพุธ
TH
FR
Ijumaa
วันศุกร์
SA
SO
Jumamosi
วันเสาร์
Jumanne
วันอังคาร
Alhamisi
วันพฤหัสบดี
Jumapili
วันอาทิตย์

jana

เมื่อวาน

leo

วันนี้

kesho

พรุ่งนี้

asubuhi

ตอนเช้า

saa sita mchana

ตอนเที่ยง

jioni

ตอนเย็น

siku za biashara

วันทำการ

mwishoni mwa wiki

วันสุดสัปดาห์

mwaka

ปี

mvua
ฝนตก
upinde wa mvua
รุ้งกินน้ำ
theluji
หิมะ
upepo
ลม
majira ya machipuko
ฤดูใบไม้ผลิ
vuli
ฤดูใบไม้ร่วง
kiangazi
ฤดูร้อน
majira ya baridi
ฤดูหนาว

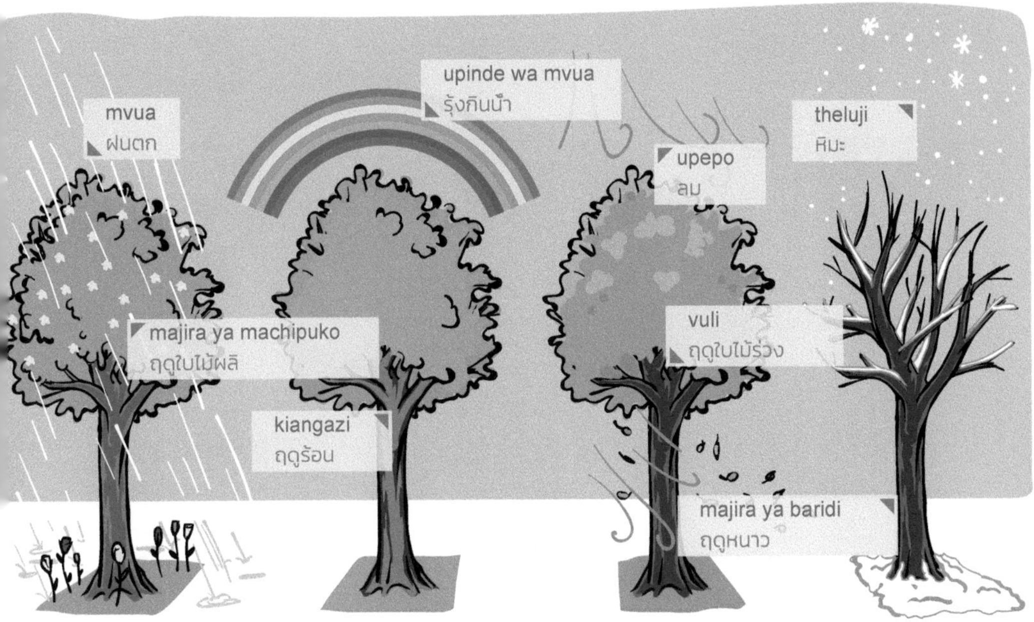

utabiri wa hali ya hewa

การพยากรณ์อากาศ

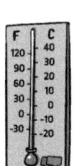

C

kipimajoto

เครื่องวัดอุณหภูมิ

mwanga wa jua

แสงแดด

wingu

ก้อนเมฆ

ukungu

หมอก

unyevu

ความชื้น

umeme

ฟ้าแลบ/ฟ้าผ่า

radi

ฟ้าร้อง

dhoruba

พายุ

mvua ya mawe

ลูกเห็บ

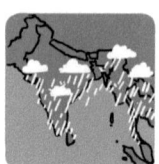

monsuni

ลมมรสุม

mafuriko

น้ำท่วม

barafu

น้ำแข็ง

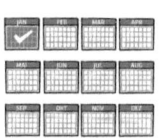

Januari

มกราคม

Februari

กุมภาพันธ์

Machi

มีนาคม

Aprili

เมษายน

Mei

พฤษภาคม

Juni

มิถุนายน

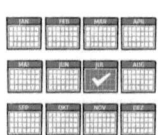

Julai

กรกฎาคม

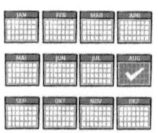

Agosti

สิงหาคม

Septemba

กันยายน

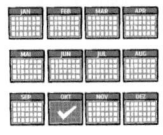

Oktoba

ตุลาคม

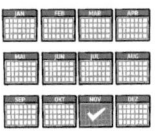

Novemba

พฤศจิกายน

Desemba

ธันวาคม

maumbo
รูปร่าง

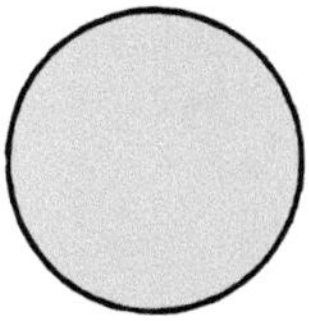

mduara

วงกลม

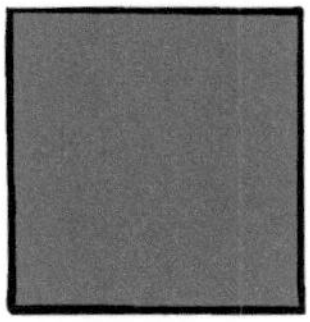

mraba

สี่เหลี่ยม

mstatili

สี่เหลี่ยมผืนผ้า

pembetatu

สามเหลี่ยม

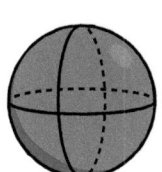

nyanja

ทรงกลม

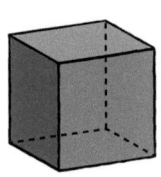

mchemraba

ลูกบาศก์

rangi

สี

nyeupe

ขาว

manjano

เหลือง

chungwa

ส้ม

rangi ya waridi

ชมพู

nyekundu

แดง

hudhurungi

ม่วง

bluu

ฟ้า

kijani

เขียว

hanja

น้ำตาล

jivujivu

เทา

nyeusi

ดำ

mengi / kidogo

มาก/ น้อย

hasira / pole

ฉุนเฉียว/ สงบ

nzuri / mbaya

สวยงาม/ น่าเกลียด

mwanzo / mwisho

เริ่มต้น/ จบ

kubwa / ndogo

ใหญ่/ เล็ก

angavu / giza

สว่าง/ มืด

kaka / dada

น้องชาย,พี่ชาย/ น้องสาว,พี่สาว

safi / chafu

สะอาด/ สกปรก

kamilika / tokamilika

สมบูรณ์/ ไม่สมบูรณ์

siku / usiku

กลางวัน/ กลางคืน

wafu / hai

ตาย/ มีชีวิต

pana / nyembamba

กว้าง/ แคบ

kulika / kutolika

กินได้/ กินไม่ได้

ovu / ema

ชั่วร้าย/ ใจดี

sisimkwa / udhika

น่าตื่นเต้น/ น่าเบื่อ

nene / nyembamba

อ้วน/ ผอม

kwanza / mwisho

อย่างแรก/ สุดท้าย

rafiki / adui

เพื่อน/ ศัตรู

jaa / tupu

เต็ม/ ว่างเปล่า

ngumu / laini

แข็ง/ นุ่ม

nzito / nyepesi

หนัก/ เบา

njaa / kiu

หิว/ กระหายน้ำ

mgonjwa / mwenye afya

ปวย/ สุขภาพดี

haramu / kisheria

ผิดกฎหมาย/ ถูกกฎหมาย

akili / kijinga

ฉลาด/ โง่

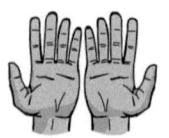

kushoto / kulia

ซ้าย/ ขวา

karibu / mbali

ใกล้/ ไกล

mpya / kutumika

ใหม่/ ใช้แล้ว

kitu / jambo

ไม่มี/ บางสิ่งบางอย่าง

zee / changa

แก่/ หนุ่ม

waka / zima

เปิด/ปิด

wazi / fungwa

เปิด/ ปิด

utulivu / kelele

เงียบ/ ดัง

tajiri / masikini

รวย/ จน

sahihi / kosa

ถูก/ ผิด

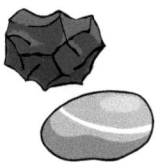

mbaya / laini

ขรุขระ/ เรียบ

huzunika / furahia

เศร้า/ ดีใจ

fupi /ndefu

สั้น/ ยาว

polepole / haraka

ช้า/ เร็ว

nyevu / kavu

เปียก/ แห้ง

joto / baridi

อบอุ่น/ หนาวเย็น

vita / amani

สงคราม/ สันติภาพ

nambari
เลข/จำนวน

0	1	2
sufuri	moja	mbili
ศูนย์	หนึ่ง	สอง
3	4	5
tatu	nne	tano
สาม	สี่	ห้า
6	7	8
sita	saba	nane
หก	เจ็ด	แปด
9	10	11
tisa	kumi	kumi na moja
เก้า	สิบ	สิบเอ็ด

12
kumi na mbili
สิบสอง

13
kumi na tatu
สิบสาม

14
kumi na nne
สิบสี่

15
kumi na tano
สิบห้า

16
kumi na sita
สิบหก

17
kumi na saba
สิบเจ็ด

18
kumi na nane
สิบแปด

19
kumi na tisa
สิบเก้า

20
ishirini
ยี่สิบ

100
mia
หนึ่งร้อย

1.000
elfu
หนึ่งพัน

1.000.000
milioni
หนึ่งล้าน

lugha

ภาษา

Kiingereza

ภาษาอังกฤษ

Kiingereza cha Marekani

ภาษาอังกฤษแบบอเมริกัน

Kimandarini cha Uchina

ภาษาจีนแมนดาริน

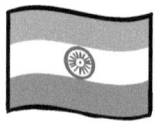

Kihindi

ภาษาฮินดี

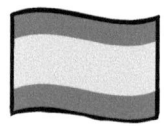

Kihispania

ภาษาสเปน

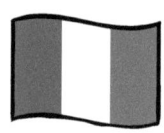

Kifaransa

ภาษาฝรั่งเศส

Kiarabu

ภาษาอาหรับ

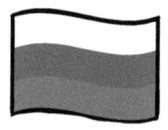

Kirusi

ภาษารัสเซีย

Kireno

ภาษาโปรตุเกส

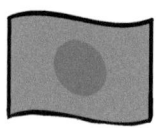

Kibengali

ภาษาเบงกอล

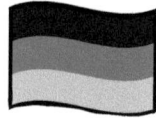

Kijerumani

ภาษาเยอรมัน

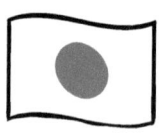

Kijapani

ภาษาญี่ปุ่น

ambao / nini / jinsi
ใคร / อะไร / อย่างไร

mimi

ฉัน

wewe

เธอ

yeye / yeye / ni

เขา / หล่อน / มัน

sisi

พวกเรา

wewe

พวกคุณ

wao

พวกเขา

nani?

ใคร?

nini?

อะไร?

jinsi gani?

อย่างไร?

wapi?

ที่ไหน?

lini?

เมื่อไหร่?

jina

ชื่อ

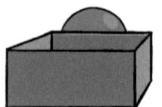

wapi

ที่ไหน

nyuma

ข้างหลัง

katika

ใน

mbele ya

ข้างหน้า

juu ya

เหนือ

kwenye

บน

chini ya

ใต้

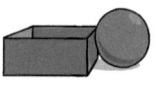

kando

ด้านข้าง

kati

ระหว่าง

mahali

ตำแหน่ง